பூக்காரியின் மந்திரக்கோல்

பூங்கோதை கனகராஜன்

படைப்பு பதிப்பகம்
#8, மதுரை வீரன் நகர்
கூத்தப்பாக்கம்
கடலூர் - தமிழ்நாடு
607 002
94893 75575

நூல் பெயர்	:	பூக்காரியின் மந்திரக்கோல் (கவிதை)
ஆசிரியர்	:	பூங்கோதை கனகராஜன்
பதிப்பு	:	முதற்பதிப்பு - 2022
பக்கங்கள்	:	92
வடிவமைப்பு	:	முகம்மது புலவர் மீரான்
அட்டைப்படம்	:	படைப்பு டிசைன் டீம்
வெளியீட்டகம்	:	இலக்கிய படைப்பு குழுமம்
அச்சிடல்	:	படைப்பு பிரைவேட் லிமிடெட், சென்னை
வெளியீடு	:	படைப்பு பதிப்பகம்
பதிப்பாளர்	:	ஜின்னா அஸ்மி
விலை	:	ரூ 100

Title	:	Pookkaariyin Manthirakol (Poems)
Author	:	Poongothai Kanagarajan
Edition	:	First Edition - 2022
Pages	:	92
Printed by	:	Padaippu Private Limited, Chennai
Publishing Agency	:	Ilakkiya Padaippu Kuzhumam
Published by	:	Padaippu Pathippagam
Website	:	www.padaippu.com
E-mail	:	admin@padaippu.com
ISBN	:	978-93-90913-62-6
Price	:	₹ 100

பதிப்புரை
ஜின்னா அஸ்மி, பதிப்பாளர்.

வெறுமைக் கண்களுடன் ஆகாயத்தை வேடிக்கைப் பார்த்தால் வெறும் வானம் மட்டுமே தெரியும். அதுவே கவிதைக் கண்களுடன் நோக்கினால், வசப்படும் தூரத்தில் வானம் தெரியும். அதில் நெற்றிப்பொட்டென நிலவு தெரியும், துரத்திக் கொண்டோடும் துருவ நட்சத்திரங்கள் தெரியும், மேற்குத் தொடர்ச்சி மலைகள் போல மேகங்கள் தெரியும், சூடிக்கொடுத்த சுடர்க்கொடி போல சூரியனும் தெரியும். இலக்கியம் என்பது எழுதும் எழுத்தில் மட்டுமல்ல பார்க்கும் பார்வையிலும் இருக்கிறது. இப்படியாகத் தான் பார்த்த, பாதித்த, ரசித்த, சிந்தித்த காட்சிகளை எல்லாம் ஒன்றுதிரட்டி கவிதைகளாக உருவாக்கப்பட்டிருப்பதே 'பூக்காரியின் மந்திரக்கோல்' நூல். இந்நூலில் உள்ள கவிதைகள் ஒவ்வொன்றும் எதார்த்தங்களின் சிம்மாசனத்தில் மேல் ஏணி வைத்து உட்கார்ந்து கொண்டிருக்கும். அது வாசிப்பவர்களின் மனதிற்குள் வரிகளின் வழியே நிகழ்வுகளை எல்லாம் நேரில் காண்பவை போல காட்சிப்படுத்திக் கொண்டிருக்கும் என்பது இத்தொகுப்பின் ஆகப்பெரும் பலம்.

சேலம் ஆத்தூரை வாழ்விடமாகக் கொண்ட படைப்பாளி பூங்கோதை கனகராஜன் அவர்களுக்கு இது இரண்டாம் நூல். இவரின் முதல் கவிதை நூல் இன்றைய இலக்கிய உலகில் பலரது பாராட்டைப் பெற்ற வண்ணம் உள்ளது. இவர் சமூக வலைதளங்கள் மற்றும் பிரபல பத்திரிகைகளில் தன் புதுக்கவிதைகளால் நன்கு அறியப்பட்டவர். தமிழ் இலக்கியத்தில் முதுகலைப் பட்டதாரியான இவர் இயற்கை ஆர்வலராகவும் இருப்பது சிறப்புக்குரியது. சமூகப் பங்களிப்பிற்காக எண்ணற்ற விருதுகளைப் பெற்றிருப்பதுடன் படைப்பு குழுமத்தால் வழங்கப்படும் மாதாந்திர சிறந்த படைப்பாளி என்ற தனித்துவமான அங்கீகாரத்தையும் பெற்றவர் இவர் என்பது குறிப்பிடத்தக்கது.

எமது படைப்பு பதிப்பகத்தின் மூலமாகத் தனது நூலை வெளியிட முன்வந்த படைப்பாளி பூங்கோதை கனகராஜன் அவர்களுக்கும், அணிந்துரை வழங்கிய முனைவர் தமிழ்மணவாளன் அவர்களுக்கும், அட்டைப்பட வடிவமைப்பு, நூல் உள் கட்டமைப்பை வடிவமைத்த படைப்பாளி முகமது புலவர் மீரான் அவர்களுக்கும் மற்றும் இந்நூல் வெளிவர உதவிய அனைவருக்கும் படைப்பு குழுமம் தனது நன்றியைத் தெரிவித்துக் கொள்கிறது.

வளர்வோம்...! வளர்ப்போம்..!!
படைப்பு குழுமம்

பூங்கோதையின் மந்திரக்கோல் எழுதிய 'பூக்காரியின் மந்திரக்கோல்'

"Poetry is when an emotion has found its thought and the thought has found words.."

- Robert Frost

கவிஞர் பூங்கோதை கனகராஜன் எழுதிய, 'பூக்காரியின் மந்திரக்கோல்', என்னும் தொகுப்பில் உள்ள கவிதைகளை வாசித்துக் கொண்டிருக்கிறேன்.

கவிதை என்பது மொழியின் செயல்பாடு என்பது எத்தனை இயல்பானதோ அது போல இயல்பானதும் உண்மைக்கு நெருக்கமானதும் கவிமனத்தின் செயல்பாடு என்பதுமாகும். கவிமனத்தின் செயல்பாடே 'எதை' 'எப்படி', என்னும் இரண்டுக்குமான விடையைத் தீர்மானிக்கிறது. கவிமனம் அதற்கான மொழியைக் கண்டடைகிறது.

கவிதைக்கான பாடு பொருளைக் கவிஞனின் அகச்சூழலும் புறச்சூழலும் தீர்மானிக்கின்றன.

அகச்சூழலும் புறச்சூழலும் ஒன்றுக்கொன்று தொடர்புடையவையாகவும் தொடர்பற்றவையாகவும் இருக்க முடியும். அதற்கேற்பவே மொழியின் பங்களிப்பும் நிகழ்கிறது.

தன்னைச் சுற்றி நடக்கிற பல விஷயங்கள் நேர்மறையாகவோ அல்லது எதிர்மறையாகவோ பாதிக்கும் போது அது கவிமனத்தின் உணர்வுத் தளத்தில் இயங்கி, எல்லாமும் இல்லையெனும் சில மொழிச்செயல்பாடாய் மாறுகின்றன.

அவ்விதமாயின், அதற்கான மொழியைத் தீர்மானிக்கும் வல்லமை உணர்வின் நிமித்தம் உள்ளதெனக் கொள்ளவியலும் என்று தோன்றுகிறது.

கவிஞர் பூங்கோதை கனகராஜன் கவிதைகளில் கணிசமானவை அளவில் சிறிய நான்கைந்து வரிகளில் எழுதப்பட்டிருக்கும் கவிதைகள்.

ஏழு சொற்களில் உலகின் எத்தனையோ விஷயங்களைப் பாடியதால் தான், 'குறுகத் தரித்த குறள்', என்றானது.

சிறு கவிதை எழுதுவது அத்தனை எளிதன்று. வாசகனைக் கவிதைக்குள் கொண்டுவரும் போதே நிறைவு செய்கிற நுட்பம் தேவை. அது போல ஒரு விரிந்த அனுபவத்தைப் பேசும் சூழலுக்கும் முன்னதாகக் கூரிய அனுபவப் புள்ளியைக் கொண்டிருக்க வேண்டும். அத்தகைய நுட்பம் இவரின் கவிதையில் இருக்கிறது.

இவருடைய புறம் சார்ந்த அவதானிப்பும் அகம் சார்ந்த உள்ளெழுச்சியும் வாசிப்பின் போது வாசகன் புரிந்து கொள்ளத்தக்கதே.

சமூகம் சார்ந்த இவரின் பார்வை கவனத்திற்குரியது. பேசப்பட்ட விஷயம் மீண்டும் பேசப்படும் போது புதுவிதமாய்ப் பேசப்பட வேண்டும்.

விளை நிலங்கள் அழிக்கப்பட்டு வீடுகளாகி விட்ட விபரீதத்தை இப்படிச் சொல்கிறார்

'வயல் அழித்துக் கட்டிய
அடுக்ககத்திற்கு
சரியான பெயர்
மருதம்'

வயலும் வயல் சார்ந்த இடமும் மருதம். நம் இலக்கணம் சொல்வதைச் சமகாலத்தின் துயர்மிகு சூழலில் அங்கதமாய் மாற்றிவிட இவரால் முடிகிறது.

'உச் கொட்டிய பல்லி
கதவு சந்தில் நசுங்க
யார் பலன் சொல்ல?'

என்னும் கவிதையில் இருக்கும் பகுத்தறிவுப் பார்வையுடன் கூடிய அங்கதத்தைக் கவனியுங்கள்.

இங்கே திருமணம் என்பது இணைப்பல்ல; எடுத்துக் கொள்வது. பெண் எடுப்பது அல்லது கட்டிக் கொடுப்பது. தாரை வார்த்துத் தருவது. இந்தச் சொற்களையெல்லாம் கவனித்தால் பெண்ணைப் பொருளாய் பாவிக்கும் சமூகத்தின் இறுக்கம் புலப்படும். அப்படியான வழக்கமுடைய சூழலில் மனைவி என்பதற்கான அர்த்தத்தைப் புலம் பெயர் வாழ்வோடு ஒப்பீடு செய்கிறார்.

'புலம் பெயர்ந்த
எங்களுக்குத் தான்
வேறு பெயர்
'மனைவி'

வாழ்க்கை குறித்தான இவரின் கவிதைகள் குறிப்பிடத்தக்கவை.

வாழ்வின் அந்திமக்காலம் குறித்து இவர் எழுதும் போது,

'ஒரு பகல் முடிவது போல்
அத்தனை எளிதாக இல்லை
வாழ்க்கையின்
அந்திமை'

என்கிறார். மிகப்பெரும் மனவலியை உருவாக்கக்கூடியது வாழ்வின் அந்திமக்காலம். அதை இயல்பான பகலின் முடிவாகப் பார்க்கத் தான் இயலுமா?

இன்னொரு இடத்தில், வாழ்வு குறித்து,

'மேடைக்கச்சேரியில்
துண்டுச் சீட்டை நீட்டி
கேட்க விழையும்
பாடல் போலில்லை
வாழ்வு.'

என்று எழுதுகிறார்.

கவிஞர் பூங்கோதை கனகராஜன், பெண்ணுக்கு உரிய நீதி கிடைப்பதில்லை என்னும் வாழ்வியல் யதார்த்தத்தின் வலியுறுத்தும் குரலாய்,

'பெண்ணுக்குத் தனி
நீதிதான்
எந்த நீதிமான்
சந்நிதியிலும்
இயற்பண்புகள் எந்த வேதியியல்
மாற்றத்திற்கும்
உட்படுவதில்லை'

என்று எழுதுவதில் புரிந்து கொள்ள முடியும்.

இவர் அப்பா குறித்து எழுதியிருக்கும் கவிதைகள் மிகவும் கவனம் கொள்ளத்தக்கவை. அம்மாவுக்கு இணையான அன்பு கொண்டவர்கள் தான் அப்பாக்களும்.

ஆயினும் அம்மாவின் முன் அப்பா மழை மறைவு பிரதேசம் ஆகிப் போவார். இவ்விடத்தில், அப்பா குறித்த கவிதைகள் முக்கியமானவை என்று கருதுகிறேன். அதிலும் பெண்கள் அப்பா குறித்து எழுதுவது கூடுதல் அழகு. மகளாகவும் தாயாகவும் மாறிவிடும் பேரன்பு அது.

'தாகமெடுக்கும் நேரமெல்லாம்
உதிர்ந்த மணலுக்கு
திரும்பத் திரும்ப ஓடி வந்து
ஈரமாய் வாய் நனைக்கும்
அலைக்கு
அப்பாவின் சாயல்'

என்று நீரலைக்கு அப்பாவின் சாயலைப்பொருத்திப்பார்க்கும் மனமும்

'அப்பாவின் சட்டையில்
சோளக்கொள்ளை பொம்மை
வயலெங்கும்
அப்பா வாசனை'

என்னும் வரிகளால் வயலுக்கே வாசனையூட்டும் விதமும் சிறப்பு.

இவரின் மொழியழகு செயல்பாட்டுக்கோர் உதாரணம்,

'கண் கொண்டு
பருகி விட்டாய்
விழிமொழி நீர்ச் சுழலில்
விழுந்து சுருள்கிறேன்
இமையசைப்பைச் சிறிதே நிறுத்தேன்'

என்னும் வரிகளைக் குறிப்பிடலாம்

இப்படி நிறையக் கவிதைகளை மேற்கோள்களாக்கிப் பேசமுடியும்.

சமூகம் சார்ந்து, பெண்ணியம் சார்ந்து, சமகாலப் பிரச்சனைகள் சார்ந்து, வாழ்வின் மகிழ்ச்சி துயரென இருவெளி சார்ந்து அங்கதமாகவும் மொழியழகோடும் எழுதப்பட்ட தொகுப்பாகவே பார்க்கிறேன்.

'பூக்காரியின் மந்திரக்கோல்', என்று தொகுப்புக்குப் பெயர் வைத்திருக்கிறார்.

அத்தொகுப்பில், பூங்கோதையின் மந்திரக்கோல் எழுதியதான நுட்பம் மிகுந்த கவிதைகள் வாசிக்கக் கிடைக்கின்றன. வாழ்த்துகள்.

எப்போதும் அன்புடன்
முனைவர் தமிழ்மணவாளன்

என்னுரை

எனது முதல் படைப்பான 'முத்துக் குளிக்கும் விண்மீன்கள்' 2021 சென்னைப் புத்தகக் கண்காட்சியில் வெளியான பின்னர், அடுத்த படைப்பாக 'பூக்காரியின் மந்திரக்கோல்' என்ற இந்தக் கவிதைத் தொகுப்பு, 2022 சென்னைப் புத்தகக் கண்காட்சியில் வெளியாவது மகிழ்ச்சி தருகின்றது.

கண்ணில் காணும் காட்சியிலிருந்தும், மனதைத் தொட்ட சிந்தனைகளிலிருந்துமே ஒரு படைப்பாளிக்கு கவிதை பிறக்கின்றது. அந்த வகையில் எனது மனதைத் தொட்டவற்றையும், சிந்தனையை சிதறடித்தவற்றையும் இங்கே எழுத்தில் உயிரூட்டியுள்ளேன். வாழ்வின் ஆனந்தம் முதல் அவலம் வரையிலும், மழலையின் மகிழ்ச்சி முதல் முதுமையின் வலி வரையிலும் அனைத்தையும் எழுத்தில் பதிவு செய்ய முயன்றுள்ளேன்.

இந்தப் புத்தகத்திற்கு அணிந்துரை வழங்கியுள்ள எழுத்தாளர் கவிஞர் தமிழ்மணவாளன் அண்ணா அவர்களுக்கு எனது மனமார்ந்த நன்றிகளை உரித்தாக்குகின்றேன். நல்ல படைப்பாளிகளை அடையாளம் கண்டு, அங்கீகரிக்கும் அவரது முயற்சி மகத்தானது!

இப்புத்தகம் வெளியாக பின்புலமாக இருந்த சகோதரர், எழுத்தாளர், படைப்பு குழும நிர்வாகி ஜின்னா அஸ்மி அவர்களுக்கு எனது நன்றிகள்! படைப்பாளிகளைத் தேடி அங்கீகரித்து, அவர்களுக்குத் தனது படைப்பு குழுமத்தின் வாயிலாக எப்போதும் தளம் அமைத்துத் தரும் சகோதரர் ஜின்னா அஸ்மியின் பங்களிப்பு இங்கே நன்றியுடன் பதிவு செய்ய வேண்டிய ஒன்று!

தொடர்ந்து எனக்கு உற்சாகமூட்டி, எனது அனைத்து முயற்சிகளுக்கும் உறுதுணையாக இருக்கும் எனது கணவர் திரு. ஆர். கனகராஜன் அவர்களுக்கு எனது நன்றிகள்! எனது அன்பு மகன் பிரகஜீத் ஷியாம்ராஜ் மற்றும் மருமகள் இளந்தென்றல் ஆகியோரின் ஊக்கமும் உறுதுணையும் இங்கே குறிப்பிட வேண்டியவை! இந்த முயற்சியில் எனக்குப் பக்கபலமாக இருந்த சகோதரி மதுரா அவர்களுக்கும் எனது மனமார்ந்த நன்றிகளைத் தெரிவித்துக் கொள்கிறேன்.

இனி 'பூக்காரியின் மந்திரக்கோல்' உங்கள் கரங்களில்!

அன்புடன்
பூங்கோதை கனகராஜன்.

சூடுதலாக இனிக்கிறது
எறும்புகளுக்கு,
குழந்தைக் கைகள் சிதறிய
மிட்டாய்!

✲

வயல் அழித்துக் கட்டிய
அடுக்ககத்திற்கு
சரியான பெயர்
'மருதம்'

✲

உச் கொட்டிய பல்லி
கதவு சந்தில் நசுங்க
யார் பலன் சொல்ல?

✵

யார் புகார் கொடுத்தது?
வீடு புகுந்து தேடுகிறது
மழை

✵

பறக்கச் சிறகுகள்
வேண்டும்
எத்தனை பறந்தாலும்
நிற்கக் கால்களும்
வேண்டும்

இலையில் பெய்த மழை
உருண்டு மரிக்க
ஆற்றில் பெய்த
மழையை
மார்போடு அணைத்து
உயிரோடு ஓடுகிறது
நதி
மோதிரக் கையால்
குட்டுப் பட்டிருக்குமோ?

அவள் பார்வைநிழல்
என்னில் விழுந்த போது
வெயிலுக்கு மழை என்று
பெயரிட்டேன்

முன்னேறும் போது நாங்கள் சிரிக்கிறோம்
பின்னேறும்போது அவர்கள்
சிரிக்கிறார்கள்
குடை இராட்டினத்தில்
தூரி வாழ்க்கை

குழந்தை இதழ்
ஊதும் சோப்புக் குமிழியில்
தோன்றும்
வானவில்லில் தான்
எத்தனை நிறங்கள்?

எத்தனை அழகாக இருந்திக்கும்...?
குப்பைகளைத் தரம்
பிரிப்பது போல
நெகிழி மனிதர்களைப்
பிரிக்கத் தெரிந்திருந்தால்

நாலுகால்
விலங்குகளை நடைப்பயிற்சி
கூட்டிப் போய் நரகல்
எடுக்கும் மக்களை
பெற்றவர்கள் இருக்கிறார்கள்
காப்பகத்தில்.

மலர்களால் அலங்காரம்
மாலையில் வாடிக்கிடக்கிறது
பணம்

தின்னும் நெற்சோற்றுக்கு
மதிப்பளித்து வயலில்
செருப்பணியா
நாங்கள் தான் நகரத்தின்
திருமண அரங்கில்
செருப்பணிந்த கால்களோடு
எச்சிலைக்குப் பின்னின்று
இடம் பிடித்து
உண்ணுகிறோம்.

இயலாமைகளைக் களைந்து தத்தியோடும்
மனம் ஒன்றாமைகளை
கிரகிக்கத் தெரிந்தவர்களுக்கு

நீர்ப்பாய் உறைந்து கிடக்கும்
பாசப் படிமங்களை சேகரிக்கத் தெரிந்திருக்கலாம்

கழுத்தை இறுகக் கட்டியிருக்கும்
ஒவ்வோர் எழுத்திற்கும்
மாத்திரைகளின் அளவு
புரிந்திருக்கலாம்

அலையாடும் குளம்
வீசியெறியப்படும்
கல்லில்

இயல்புகள் மாற்றி
வட்டத்திற்குப் பதில்
சதுரமாகவோ முக்கோணமாகவோ
அலை பரப்புவதில்லை

நிறமற்றுக் கிடக்கும் ஒலி
எல்லாச் சமயங்களிலும்
கேட்பாரின்றிப் போவதில்லை
சங்கின் ஓசை ஊதுபவரின்
குரலுக்கேற்ப மாறுவதில்லை

நியதியென்பதெல்லாம்
பிரதிகளின்
வாள்வீச்சின் பரீட்சார்த்த முயற்சியால்
விளைவுகளாகின்றன
அவரவர் பலனுக்கேற்ப

பூங்கோதை கனகராஜன்

குழந்தை விளையாட
அப்படியே ஓடி வந்த மழைக்கு
ஆடை அணிய
நேரமில்லை

தாகமெடுக்கும் நேரமெல்லாம்
உதிர்ந்த மணலுக்கு
திரும்பத் திரும்ப ஓடி வந்து
ஈரமாய் வாய் நனைக்கும்
அலைக்கு
அப்பாவின் சாயல்

தென்னையோலைப் பச்சை மட்டையை
கண்ணாடி மட்டையாகப் பின்னி
மழைக்குக் கொங்கடை
செய்திருந்தார் தாத்தா

பக்கத்தில் கைப்பிடி நீண்ட
அப்பாவின் கறுப்புக் குடை
மழையில் நனைந்து
வெயில் காய்ந்திருந்தது

அந்தக் காலத்தில்
யாரிடமும் இல்லாத
எனது வண்ணக்குடையோ
பெருமையோடு பள்ளியிலிருந்து
வந்து களைத்துப் போய்

அப்பாவின் வியர்வையோடு
திண்ணையில்
சுருங்கிக் கிடக்கிறது

கிழித்த காற்றைத் தைக்க
நேரமில்லை
வாயில் இரையுடன்
கூடு திரும்பும் பறவைக்கு

எத்தனை முறை முட்களால்
ஒட்டடை அடித்தும்
போகவில்லை எழுத்துகள்
கடிகாரத்தில்

நேற்றைய நாளை
தொலைத்து தான்
இன்று உங்களைத் தேடுகிறேன்

கண்ணுக்குத் தெரியாத
ஓவியம் வரைந்த
காற்று சிரிக்கும் குரல்
உங்கள் காதில் விழப்போவதில்லை

சம்பந்தம் இல்லாத
எதற்கும் சம்பந்தம்
இருக்கிறது

தேடிய உங்களில்
ஒப்பந்தம் செய்த காற்றின்
கவிதை புரியாமல்
தலையாட்டும் இலைகள் கொண்ட
நிர்பந்த மரம்
எப்போதும் மரமாகவே
நிற்கிறது

புலம் பெயர்ந்த
எங்களுக்குத் தான்
வேறு பெயர்
'மனைவி'

ஆண்ட்ராய்டு மொபைல்
ஆறாவது விரலாகிய பின்
தீதும் நன்றும்
நம் கைகளில்

கண் கொண்டு
பருகி விட்டாய்
விழிமொழி நீர்ச் சுழலில்
விழுந்து சுருள்கிறேன்
இமையசைப்பைச் சிறிதே நிறுத்தேன்

எழுந்து கொஞ்சம்
இளைப்பாறித் திரும்ப வருகிறேன்
கரும்பு தின்னக் கூலியெதற்கு?

ஆலையில் வெளிப்பட்ட சாற்றில்
காற்றின் வாசமும் உன் சுவாசமும்
முழுவதும் தித்திப்பாய்..

காலிலிருந்த செருப்பு
அறுந்து கைம்மாறு செய்தது
தைப்பவரின் புன்னகை பார்க்க

பச்சையிலை செல்லரிக்கையில்
பதறும் பழுப்பிலை ஓவியங்கள்
இன்று முதியோர் தினம்

காத்திருத்தல் முடிந்த உடன் வரும்
நறுமணமாகிய நிமிடங்கள்
பூங்கொத்துகள்

இயற்கையின்
ஒரு கொத்து அதிசயத்தை
ஒரு குழந்தை பிறந்தவுடன்
அப்பாடாவென

பாரம் வெளிவந்த
வெளிச்சமாக
இதழிலிருந்து நாதம்
புறப்பட்ட அந்த
நிமிடமும் கூட
யத்தனித்தல் என்பது
வேறொன்றுமில்லை

மணம் காற்றில்
பயணமாக
மொட்டிலிருந்து பூ
மலரும் தருணம் தான்

கணத்தில் தாண்டிய பச்சைக் குதிரைகள்
கனைத்துச் சிரிக்கின்றன
கைப்பேசி உலகில்
கரைந்த நினைவில்
கனத்த உடம்போடு

வறுமைக்கு
பிடித்த உணவு
பசி

தவறுகளே செய்யாமல்
கடவுள்களே தண்டனை
ஏற்கும் போது
மனிதர்கள் என்ன
சாமான்யர்கள்தானே

அனைத்து மதத்திலும்
நிகழ்காலத்திலும்
புனிதர்களுக்கே தண்டனை

தனக்குத்தானே கிருமியால்
சூன்யம்
வைத்த மனிதன்
இறைவனை கேள்வி கேட்பானென

பூட்டுப் போட்ட ஆலயத்தின்
உள்ளிருந்தே புன்னகைக்கிறார்கள்
அர்த்தந்தான் புரியவில்லை

ஊரெல்லாம் நனைய வைத்து
மண்ணை முத்தமிட வந்த மழைக்கு
குடை பிடிப்பதில்லை

மணல் சுடுகின்றது
பள்ளி மைதானத்தில்
குழந்தைகள் பாதம் படாமல்

நீருக்குள்
தீப்பிடித்திருக்கிறது

தண்ணீரின் மூலக்கூறுகள்
தனிக் கற்றையாக
பிரிந்து பெருங்காற்றாகி
எரியும் தீயை
இன்னும்
கொஞ்சம் உசுப்பேற்றுகின்றன

பெரும் போர் வர்ணனைகள்
கடல் ஆழ்த்த
அலைகள்
மத்தளங்கள் அடித்து
இசைக்கின்றன

யாழை சுறாக்கள்
மீட்டிச்செல்கின்றன

எத்தனை இயம்பியும்
சொற்போர்வையில் ஒளியாத
திமிங்கலமொன்று எத்திசையும்
திமிறிச் சிதறுகிறது

ஆழிப்பேரலையில்
வலம்புரி சங்கு
எங்கோ கரை
ஒதுங்குகிறது

பேசாமல்
மௌனமாய் நகர்கிறேன்
அதன் நிசப்தம் மொழியாததை
நானொன்றும் இயம்பிட
முடியாது

சத்தங்களற்ற அதன் தனிமையை
மோனத்தவமாய்
அமைதியாய்க் கடப்போம்
ஒரு கை
தட்டாமல்
ஓசையெழுவதில்லை

பேசிக் கெடுப்பதில் பிரியமில்லை
தூசி தட்டினாலும் சத்தமிடுமென்பதால்
மெதுவாக உதறி
நகர்கிறேன்

பின்பனிக்காலத்தின்
குளிர்ந்த போர்வையில்
சுகமாய் அமைதியாய்
அழகாய்
கண்ணுறங்கட்டும்
மௌனங்கள்
கூச்சல்கள் கூசுகின்றன.

இரைச்சலிட்டு எழுப்பி
விடாதீர்கள்
ஒலி, ஒளி தடை செய்யப்பட்ட
பகுதியிது ஏனென்றால்
இங்கே மௌனங்கள்
தவமிருக்கின்றன.

அமைதியாக வாருங்கள்
இரகசியமாய் ஒன்று சொல்கிறேன்
மொழியற்ற மௌனங்களே
அழகியல்

நானொரு கதைசொல்லி...

பட்டாம்பூச்சிக் கதை சொல்கிறேன்
பறந்து காட்டுகின்றன
குழந்தைகள்

யானைக் கதை சொல்கிறேன்
தும்பிக்கை ஆட்டி காட்டுகின்றன
குழந்தைகள்

மான் கதை கூறிய போது
துள்ளி ஓடிப் பார்க்கின்றனர்
குழந்தைகள்

கொலை கொள்ளை
குழந்தை வன்முறை
இன்றைய நாளிதழ் படிக்கிறேன்

விதிர்த்துக் கண்மூடி
சீச்சீயெனக் காது பொத்துகின்றன
குழந்தைகள்

ஒரு வாய் நீரில் அலையிலாடும்
மலை விழுங்கிய பெருமித்துடன்
மிதக்கிறது மீன்

அப்பா வந்தவுடன்
ஓடிச் சென்று
அடித்தாலும் பரவாயில்லையென
தப்பை ஒத்துக் கொள்ளும் நான் தான்
மகன் உடைத்த பாட்டிலை
நான் உடைத்ததாகக் கூறுகிறேன்

நடைபாதைவாசிகளுக்கும்
நத்தைக்கும் வித்தியாசமில்லை
அவரவர் வீடு
அவரவர் தலையில்

ஊரெல்லாம் வெள்ளம் ஓடியும்
ஒவ்வொரு சொட்டு நீரையும் எண்ணியெடுத்து
பல் தேய்க்கிறோம்
அடுக்ககத்தின்
தண்ணீர் மீட்டருக்கு பயந்து

தினமும்
ஆறு மணிக்கு எழுந்து
வீடு பெருக்க
கழிவறை சுத்தம் செய்ய

காய்கறி கழுவித்தர
முட்டை ஓடு எடுக்க
சுடுநீரில் உப்புப் போட்டு
வாய் கொப்பளிக்க

அலுவலகம் செல்லும்
அப்பாவிற்குத் தண்ணீர்
மதிய உணவு எடுத்துப் பையில் வைக்க
கலைந்த துணிகள் மடித்து வைக்க

படிக்காத அம்மாவின்
ஓயாத அடுக்களை வேலைகளில்
பகிர்ந்து கொள்ளச் சொல்லியதை
பிசகாமல் செய்த எனக்குத்தான்

வரிசை கட்டி
காத்துக் கிடக்கும் வேலைகளிடையே
கலைந்து கிடக்கும்
போர்வை நடுவே

எத்தனை கூறியும்
காலையில் எழாமல்
தூங்கும்

மெத்தப்படித்த வேலைக்குச் செல்லும்
என் மகளைப் பார்க்க
கவலையாயிருக்கிறது

ஐ... மழையென சாளரம்
வழி கை நீட்டிப் பார்த்த
நம் நாக்கு தான்
திரும்புகிறது
ஐயோ இன்றும்
மழையாவென

பச்சை மருதாணி வைத்து
சிவப்பை
எதிர்பார்க்கிறேன்
உள்ளது உள்ளபடி
இருக்க
யாருக்குத்தான் பிடிக்கிறது?

வாடகை வீட்டில்
இன்னும் வசிக்க முதலாளியிடம்
பேசிக் கொண்டிருக்கிறேன்
மருத்துவர் மூலமாக

அப்பாவின் சட்டையில்
சோளக்கொள்ளை பொம்மை
வயலெங்கும்
அப்பா வாசனை

தனிமொழியாய்
காண்பவர்க்கு மட்டுமே
புரியும் அழகியலை
நானெப்படி மொழி பெயர்ப்பேனடி தோழி...?

வண்ணமயமான பூக்கள் வழியெங்கும்
சிதறிக் கிடப்பது போல
சில கனவுகள் கண்விழிக்கப் பிடிக்காமல்
இமைக்குள் கண் சிமிட்டுகின்றன

கவ்விப் பிடிக்கும் கொள்ளிவாய்ப் பிசாசாய்
பயமுறுத்திய சில கனவுகள்
கண் திறக்கச் சொல்லி கதறுகின்றன

அங்கொரு குழந்தை
மேனி தடவிப் போவது போல்
மெய் சிலிர்த்து மலர்கிறது

மாங்கனி சுவைத்தது
போலச் சில..
எட்டிக்கனியென
கசப்பாகச் சில

ஏணியேறி உயரப்பறித்த
நிலாவோடு நான் வந்த போது

பகலவன் வந்து பள்ளியறை தட்டுகிறான்
இன்னும் கொஞ்சம்
கனாக் காண ஆசைப்படும் போழ்தில்
அடி போடி

பெய்ந்தும் கெடுக்காமல்
காய்ந்தும் கெடுக்காமல்
உயிர்த்தாகம்
தீர்க்கும் ஒரு சொட்டு நீராய்
மாறிவிட ஆசை

கருநிற இரவு
எத்தனை மழை வெளுத்தாலும்
வெள்ளையாவதில்லை

மலரென்று நீங்கள்
நினைவுறும் பொழுதெல்லாம்
நீங்கள் மலர்ந்து விட்ட
பூக்களைப் பார்க்கிறீர்கள்

மொட்டுக்குள் வலியோடு
பிரசவித்த மலரின்
பனித்துளி
கண்ணீர்த்துளியாகவும்
இருக்கக் கூடும்

சற்று யோசியுங்கள்
விருப்பமின்றி
பறிக்கும் போது
பூக்களின் தலையசைப்பு
மௌனம் மட்டுமல்ல
அடக்குமுறை
துஷ்பிரயோகத்தின் மறுதலிப்பாகவும்
இருக்கலாம்

சிறு விதையில் முளைத்திட்ட
பெருவிருட்சம் தருமனைத்தும்
உலகம் உய்ய

மரங்கள் மனிதர்களாகவும்
மனிதன் மரங்களாகவும்
மாறித் தழைத்திருந்தால்
மனிதம்
மாழீறாதிருந்திருக்கலாம்

✲

வண்ணக்குடைகள் வந்த பின்னர்
பயம் கொள்வதில்லை
தானியம் கொத்தும் காக்கை குருவிகள்

✲

நேற்றைய நாள் மயிலிறகாய்
இன்றைய புத்தகத்தில்
குட்டி போட்டிருக்கிறது

நாளையும் நல்விடியலோடு
நோய் தொலைந்த நாட்களுக்கு
காத்திருக்கிறேன்

அன்பெனும் பிரவாகத்தோடு
இயற்கை ஏதோவொரு கணக்கெடுப்பின்படி
பண்டைய தொன்மையை மீட்க
தன் பவித்ரம் மீட்டுத் தரும்
என்ற நம்பிக்கை விதைகளை
கைகளில் வைத்துக்கொண்டு

இருளில் யாருமறியாமல்
கறுப்புக் கொடி காட்டி விட்டு
சமாதானமாகி
வெள்ளைக் கொடியுடன்
பகலில் நுழைகிறது
உலகம்

வானப்போர்வையை
மடித்து நீவி விட்டேன்
சுருக்கம் நீங்காமல்
மேகங்கள் நீர் சிந்துகின்றன

உட்கார்ந்து ஆடியபின்னர்
சிறிது நேரம் ஆடி நிற்கும்
ஊஞ்சல் போல்
ஊசலாடி நிற்கின்றன
எண்ணங்கள்

வன்மமற்ற
வாழ்வு வசமாக
வீட்டிலுள்ளோர் வெளியிலுள்ள
பொழுதுகளில் நிச்சலனமாகிவிட

எழுத்து தவமானால்
வனமொன்றும் தேவையில்லை

தனிமை தியானத்தில்
உற்று நோக்குகிறேன்.
ஒரு வீடு மரமாகிறது

பூங்கோதை கனகராஜன்

பார்க்கும்
போதெல்லாம் புகைப்படம்
எடுக்க அழைக்கிறது
குளக்கண்ணாடி

நீல வானத்தை மடித்து
இடுப்பொடிய நிமிர்கையில்
மடியில் கட்டி வைத்த
நட்சத்திரங்கள் சிதறின
குழந்தையின் சிரிப்பு

பறத்தல் தன் சிறகுகளை
ஓய்வில் நின்றசைக்க
இருத்தலைக் கூறி விடுகிறாய்
உன் வாசனையில்
நிமித்தத்தில்

ஆயிரம்
வண்ணக்குறிப்புகள் கண்டு
வசமிழந்து போகிறேன்

மலரிதழில் இளைப்பாறி
தேனருந்தி
சிறகுகளில்
உன் வண்ணம் பூசிக்கொண்டு
வா(வ)னமெங்கும்
பறக்கிறேன்
அடிப் போடி

✲

ஒரு பகல் முடிவது போல்
அத்தனை எளிதாக இல்லை
வாழ்க்கையின் அந்திமை

யாரும் எனக்குப் போட்டியில்லை
ஏனெனில் நான்
போட்டியிலேயே இல்லை

எனக்காகப் பெய்த
மழை என் வீடு
வரும் வரை
காத்திருக்கிறேன்

ஒவ்வொரு சொட்டும் தேனென
சேர்ந்தே நனைய
வாசல் வழி வந்த நீரோடு
பாதந்தொட்டு சில்லிட்ட
நினைவே சுகமாகிறது

கனவு போல
காட்சிப் பிழைகள் மாற
காத்திருக்கிறேன்
காகிதக்கப்பலோடு

மார்பில் சாய்ந்தழுது
கன்னத்தில் காய்ந்த
கண்ணீர்க் கோடென
இரவு முழுவதும் அழுது
விடியலில் தூங்கிப் போயிருந்தது
மழை

கல்லில் வடிக்காவிடில்
நம் விருப்பத்திற்கெல்லாம்
வளைத்து வளைந்து
கடவுள் அஷ்டகோணலாகியிருப்பார்

உதிர்ந்த சிறகுகள் தேட
நேரமில்லை
முளைக்கும் சிறகுகள்
காத்திருக்கின்றன

இடக்கையில் தோல்விகள் புறந்தள்ளி
வலக்கையில் நீர் வழித்து
வாழ்க்கை நதியில் முன்னேற
தோளிலிருப்பது சுமையென
நினைத்து விட்டால்
ஓரடி வைப்பதும் பாரமே

எடுத்து வைக்கும் தூரம்
நிறைய இருக்கிறது
எட்டிப் போட வேண்டும்
துக்கங்களை

கட்டி வைத்த பெருங்கனவுகள்
மொட்டு விட
ஆயத்தமாகின்றன.

மூடியில்லா
கடலுக்கே கரையிருக்க
நமக்கென்ன?

அலைந்து திரியும் நேரங்கள்
நாளுக்குள்
பொழுதை முட்டுகின்றன

விநாடி முட்கள் கீறிய
சிறிய முள்
கோபத்தில் நாளைக் கடத்துகிறது

ஏதோ ஒரு வட்டத்தில்
சுற்றுலா
எந்நேரமும் தின்று முடித்தாலும்
வயிறு ஊதா முள்
நடைப்பயிற்சியோடு
உடற்பயிற்சி தந்து
ஒவ்வொருவரையும்
துரத்துகிறது

காரணங்களோடு
கடிக்காமல் அதிகாரமும்
இல்லாமல்
யார் பெயர் வைத்ததோ
இதயம் போல
துடித்துக் கொண்டே
உலகையே ஆட்டி வைக்கும்
சர்வாதிகாரிக்கு
கடிகாரமெனப் பெயர்

ஊரெல்லாம் தெரிய
இருளுக்குள் மூழ்கி விட்டு
விடிந்தெழுந்து
வெளுப்பாய்ச் சிரிக்கிறது
வெட்கமில்லாத பகல்

உயிர் வதை நெருடல்கள்
என்பதெல்லாம் இக்காலகட்டத்தில்
நம் உறவுகளை
அழைக்கையில்
அலைபேசி வெறுமனே அடித்து
அடங்குவது

நகரத் தொடங்கிய
பயணத்தில்
ஏணியில் நின்ற படியும்
இறங்கும் இடத்தில் ஏறியும்
போகும் பயணம்
வழித்துணையாக

பலர் கைகாட்டி
நீர் மட்டத்திலிருந்து எழுந்த
நீர்த் திவலைகள் ஒன்று சேர்ந்து
கரை தொட்டு
கண்ணாமூச்சியாடி
முழுக்கைச் சட்டையோடு
மணலின் கரம் பிடித்து
கை குலுக்கிப் பிரிகின்றன.

முடிவிலாப் பயணத்தில் முகவரியை
எங்கேயும் எழுதாமல்
ஆழந்தெரியாமல்
கைவிடுகிறது

இன்னாருக்கு இன்னாரென்று
எழுதி வைக்காமல்
வழியெங்கும்
ஒழுகிய பயணம்
ஈரநிழலில்

கடைசியாக
சாப்பிட வரும் போது
காலியான குழம்புக் கிண்ணம்
பார்க்கையில்
உனக்கு இல்லையா என்ற
அக்கறையான கேள்வியில்
நிறைகிறது வயிறு

யாரைப் பார்த்து வெட்கம்..?
நெருப்பின் கன்னங்களில்
இத்தனை சிவப்பு!!

ஒளியின் கீற்று
வளியின் தூற்றில் அசைவதில்
மின்மினிப்பூச்சிகளாகி
பெய்திடும் மழை

தனி ஆவர்த்தனத்தில்
எத்தனையெத்தனை மின்னலங்காரங்களும்
பின் தள்ளுகின்றன

இயற்கையின் வல்லிய தாகத்தில்
யாராலும் வெல்ல முடியா தெய்வத்தின்
பின்னொளிய
நிதர்சன உமிழ்வுகள்
செரித்து

செயற்கை வெளியேற
மனிதனை
காடு கடத்தல் நலம்

ஏதும் புதுமையில்லை
ஞாயிறு மறைந்ததும்
திங்கள் தான்

யாருமறியா புதுமொழி
பேசுகிறாய்
பலமொழிகள்
வலுவிழக்கின்றன
ங்கா.... ங்கா

பூங்கோதை கனகராஜன்

வீடென்பதும் கூடென்பதும்
உயிருக்குள் உறையும்
வேட்கை

இரவை விழுங்கிய பகல்
ஒரு வெளிச்சப் பூவாய்
ஓசையின்றி வெடிக்கிறது

இதயம் மீட்டிப் பேசவியலா
மௌனங்களுக்கு
புல்லாங்குழலின் சாயல்

✵

மரம் தனது
நிழலில்
இளைப்பாறுவதில்லை

அழகான உலகமொன்று சிருஷ்டித்தேன்
அதில் அத்தனை பேரும்
காது கேளாதவர்கள்

எத்தனை பேசினாலும்
அவர்கள் கேட்காத
காதுகளில்
தெரியவில்லை என்று
புரியாமல் புன்னகை
பதிலுரைக்கிறார்கள்

மேய்ப்பனின் ஆடுகள்
போலவும்
வார்த்தைகள் அவர்களின்
கையிடுக்கில் வசதியாக
அமர்ந்து கொள்கின்றன

மலர்ந்த முகங்கள்
அதிகாலை
பவளமல்லியாக
எனக்குள் சிந்துகின்றன

கரைந்த நீர்த் துளிகள்
கேட்டுக் கொண்ட
மணலுக்குள்
ஊடுருவுகின்றன

காற்று இப்போது
கண்விழித்துத் தேடுகிறது
இறைந்து கிடந்த சொற்களை
கூட்டிப் பெருக்குகிறேன்

வேறு வழியின்றி பாசாங்கற்ற வானம்
நிர்மலமாகிறது
வர்ணங்களைக் கலைத்து

காற்றையும் நீரையும்
எதிரெதிர்த் துருவங்களில்
தீநூலால் பூக்கட்டி விட்டேன்

வாசனை வரும் போது
என்னை விளியுங்கள்
இரண்டு முழம்
அளந்து தருகிறேன்
முகர்ந்து பின்
சூடுங்கள்

மென்மையான சூட்டை
நீங்கள் உணர்கையில்
நானொரு மந்திரக்காரியாகி
விரல்களை
மந்திரக்கோலாக்கியிருப்பேன்

மறந்தும்
குப்பைத் தொட்டியில் போடுவதில்லை
ஒரு மரமும்
வளர்க்கத் துப்பில்லாத நான்
மறக்காமல்
பழம் தின்று முடித்த பின்
விதைகளை
மண்ணில் துப்புகிறேன்
ஒரு செடியாவது வளராதா
என்ன..?

கைகளின் ஈரம் துடைக்க
டிஸ்யூக்கள் எடுக்கையில்
உறுத்தும் மரத்தின்
கண்ஈரம்.

எங்கிருந்தோ காற்றில் பறந்து
வந்த புடவையொன்று
பூச்செடிகளில் சுற்றிக் கொள்ள
தனக்குத்தானே பூ
வைத்துக்கொண்ட செடிகளுக்கு
காற்று வளைகாப்பு நடத்தி
இலைகள் வளையல்களாகி
சலசலக்கின்றன

என்னைப் போலவே யாரோ
அழைப்பு ஒலி வைத்திருக்கிறார்கள்
நானில்லையென்று
பாவமாகப் பார்க்கிறது
என் கைப்பேசி

வெட்டி வெட்டிக் கை
வலிக்கிறது
முழங்கை முடிச்சுகளில்
இன்னும் கொஞ்சம் வலி தெறிக்கிறது

பதியனிட்டும் பயிரிட்டும்
விசிறி விட்டும் போகுமிடமெல்லாம்
தூவி விட்ட விதைப்பந்துகளாய்
சொல்விதைகள்
ஊரெல்லாம் முளைத்துக் கிடக்கின்றன

எப்போதும்
எனக்குள் ஓடிக்கொண்டிருக்கும் வரிகள்
தார்ச்சாலையில் நடக்கையில் கூட
குதிரைப் பாய்ச்சலில்
எனக்கு முன்னால் ஓடுகின்றன

வார்த்தைகள் வரிகளில்
எனக்குள் நானே உரையாடிக் கொள்வதில்
எனக்கு பெரிதும் உடன்பாடாகிறது

கண்ணொரு பக்கம் காதொரு பக்கம்
அகமொரு பக்கம்
புறமொரு பக்கம்
வாழும் மனிதர்களிடம் மட்டும்
பேசாமல்
இருந்து விடுகிறேன்
கவிதைகளோடு

கொல்லன் பட்டறையில்
ஊசி விற்றபோது
கைப்பிடியுடைந்த கவிதையைப்
பழுக்கக் காய்ச்சிய
இரும்பின் தணலிடை
பழுது நீக்கத் தந்தேன்

உலை துருத்தியூதும்
ஒருவனிடம் சிறிது ஈயம்
பூசக்கொடுத்த கவிதை
புதுமெருகானது

மலையேறும்போது
என்னைத்தாண்டியொரு கவிதை
மூச்சு வாங்கிப் போனது

நீச்சலடிக்கப் போனேன்
என்னைத் தள்ளி விட்டு
என் மேல் நீரள்ளித் தெளித்து
ஒரு கவிதை விளையாடுகிறது

கவிதை மைதானத்தில்
பந்து விளையாடுகையில்
கைப்பற்றி விரல்களிடையே
நகைக்கிறது குறும்பாக

வார்த்தைகளில்
உடைகள்
தைத்து உங்களுக்கென நான்
வைத்திருக்கும்
கவிதைக்கடையில் தான்
நீங்கள் ஒவ்வொருவரும்
உங்களுக்கு
பிடித்ததையெடுத்து அணிந்து
அழகு பார்க்கிறீர்கள்

நீங்கள் பார்க்கும்
நிலைக்கண்ணாடி
உங்கள் உணர்வுகளுடன்
இரசம்
பூசப்பட்டு

ஒவ்வொன்றும்
அவரவர் மனநிலைக்குத் தகுந்தவாறு
பிம்பம் மாற்றிப்
பிரதிபலிக்கிறது

இந்த உடைகளை நான்
கற்பனையில்
சமையலின்
போதும் பயணத்தின்
போதும்

இன்பத்திலும் துன்பத்திலும்
உறங்குகையிலும்
கனவுகளிலும்
நிதர்சனங்களோடும்
தைக்கையில் நூல் பிரிவதில்லை
ஊசி மட்டும்
காதுகளை நீட்டிக் கொண்டிருக்கிறது

அவை உங்கள்
இதயம் தொடுமென
ஐம்புலன்களையும்
கோத்துக் கொண்டிருக்கிறேன்

முகமூடி அணிந்தவர்கள்
கண்டு ஒதுங்கிய
நீங்கள் தான்
முகமூடி அணியாதவர்கள்
கண்டு
தள்ளிப் போகிறீர்கள்

✲

இத்தனை இராஜபாட்டைகள் நகரும்
சொற்களுக்கு
நாவிலிருந்து நாளும்
நர்த்தனமிட
எங்கே ஒளிந்திருந்து
எழுத்துகள் கூடி
ஒன்று சேர்ந்திருக்கும்?

✲

ஏதுமற்றவொரு கணப்பொழுதில்
நிஜமுமில்லா நிழலுமுமில்லா
நிறமுமில்லாமல் சித்திக்கிறது
கனவுமில்லாமல் கதையுமில்லாமல்

உறக்கம் கூடியவொரு
விழிப்புநிலையின் விளிம்பில்
திறந்திருக்கும்
விழியின் வழி
ஒளி மட்டுமே ஊடுருவ

செவிப்புலன் தொலைந்திருக்க
சாலையோர
வேடிக்கையில்
பொதியத் தொடங்கும்
மனம்

நிறப்பொழுதுகளின் தீற்றல்கள்
சட்டென்று
அடித்துத் திருத்திப் பிடிக்காதெழுதி
பிய்த்துப் போடுவது போல்
எப்பொழுதையும்

தீர்த்தெரிக்க முயல முடியாதெனப் புரிந்து
காலநேரத்திற்கு தகுந்த
மௌனங்களைப் பூசிக்கொள்கிறது

பூங்கோதை கனகராஜன்

சதுரமாகவோ நீள்சதுரமாகவோ
நினைவில்
பதியப்படுவதில்லை

வட்டமாகவும் நீள்வட்டமாகவுமே
அதன் மனத்திரையில்
பதியப்பட்டுள்ளன

மரபணுவில் உருவாக்கப்பட்ட
பாரம்பரிய செல்களூடே
உருவாகிய
பழக்கமாக எத்தனை
முறையென்றாலும்
மாறுவதில்லை

உயிர்க்காடெனப் பற்றித் திரியும்
காற்றுத் தடாகத்தில்
உடைத்துச் சிதறும்
நீர்க்குமிழிகள் அன்பின்
அதிர்வெண் மென்னகை கொண்டு

சொல்லொலி மெல்லொலியாய்
வார்த்தைகள் மென்று தின்னும்
தொண்டைக்குமிழ்களில்
சிக்கித் திணறி
கட்டுரை போய்

சிற்றுரையாய்
குழலொழியில் குரலொலியில்
பெருங்கவிதையெல்லாம்
ம்ம் எனும்
ஹைக்கூவாய் மாறியதேனோ

கனமான தூக்க முடியாத
ரிசீவர் பிடித்து
உரக்க கத்திப் பேசும் போது

ஒரு டிரங்க் கால்
புக் செய்து அதற்காகக்
காத்திருக்கும் போது

ஒரு தந்தி வரும் நேரத்தில்
வாய் பிளந்த சிவப்பு
தபால்பெட்டியில் வரும் கடிதத்தை
எதிர்பார்த்திருந்த போது

ஒரு புகைப்படம் எடுத்து விட்டு
அதைப் பார்க்க நாட்கணக்கில்
காத்திருந்த போது

பேசப் படிக்க நிழற்படமாய்
வாங்க... விற்க
இவையனைத்தும்
சிறு கையடக்க அலைபேசியில்
ஒன்றாகுமென
ஒரு போதும் நினைத்திருக்கவில்லை

யார் கண்டது?
நாளை இதுவே
மகிழ்வுந்தாகவும் மாறக்கூடும்
ஏதோவொரு விஞ்ஞான மந்திரவாதியின்
கைப்பிடியில்

அம்மா
அறனிழைத்த அன்பில்
துய்த்த
வார்த்தைகள்
முறத்தில் புடைத்த தவிடாய்
நிறுவி நிற்கின்றன.

கரம் நேம்பி
விளைந்த கம்புக் கதிராய்
சுரம் வந்து நடுங்கும்
புறங்கைக்குள்
ஊடுருவி உள்ளங்கை
பார்த்து நகர்கின்றன

பத்திரப்படுத்தி
காத்திருந்த விரல்களின்
வழி புசிந்து வெளிவந்து
தாண்டவமாடி
கண்புலன் நுழைந்து
ஆசுவாசமாகிறது

நேசத்தின் மாற்றுச் சொல்
அம்மா தானே?

நீதானம் தவறிய
ஒரு தோல்வியின் விளிம்பில்
கரை ஏறத் தவிக்கும் பலவீனமான
பிறை நிலாவிற்கு
புருவத்தின் சாயல்

நெற்றி சுளித்து
அழுகை மடித்து
துளிர்த்த கண்ணீரில்

வாகையிழந்து
வாசனைகள்
கருகும்
தீயின் மணம்
நாசியினுள் கமற
பாசியினுள் படரும்
பச்சையமாக
வழுக்குகின்றன
வெற்றியின் இழப்பு

ஒரு நாள்
முழுநிலவென மாற
காலம்
அதிகமில்லையென
பொறுத்திருக்க
பிழையழிந்து
ஓடும் பாதையின் கால்கள் நீண்டு
வளரும் பிறை

✲

ஆளுக்கொரு பக்கம்
முகம் திருப்பிக் கொள்ளும்
வேளைகளில் நடுவிலுள்ள தலையணைகள்
பிளிறுகின்றன
மதங்கொண்ட யானையாக.

இதங்கொண்ட வார்த்தைகள்
இடங்கொண்டு
மனதிடம் மண்டியிட
திடங்கொண்ட மனமும்
பூச்சொரிய

நிழலிருட்டென கடுஞ்சொற்கள்
வெளிச்சத்தில் ஒளிந்து
யானைகள்
பூனைகளாகி கால் சுற்றும்
தாம்பத்யம்

இறுக முடிச்சிடுகிறார்கள்
கட்டற்ற சுதந்திரம் எங்கள் மட்டற்ற மகிழ்ச்சியென
வெளியேறப் பிடிப்பதில்லை

பிடித்த விஷயங்கள் இயல்பாகவே மறக்கடிக்கப்பட்டு
புரியாமலே மறந்து விடுகிறோம்

விட்டு விட்ட ஆசைகளை
எங்கேனும் முளைக்கும் போது
கிள்ளி எறியும் கைகள் எங்களுடையதாகவே இருக்கவும்
பழக்கப்படுத்தப்பட்டு விட்டோம்

அதிகம் கேட்டு விட்டாலே
ஆசை அதிகமென
வளர்ந்த மரங்களின் கிளைகளாக நீக்கப்படுகிறோம்
நீக்கியது தெரியாமலே

இப்பொழுதெல்லாம்
ஆசை ஆவல்களை
வேர் வரை கொண்டு செல்லும்
நீண்ட வரிசையில்
மனுக்களைக் கையில் பிடித்துக்கொண்டு
முறை எப்போது வருமெனத் தெரியாமல் நிற்கிறோம்

மனதிற்குள் நுழைந்த கனவுகள்
கண்ணோடா? விழியோடா? செவியோடா?
எதன் வழி நுழைந்திருக்கும்?

ஆழமான
பாசம் வேர்களாய்ப் படருவதில்
புரிந்து கொள்ள முடிகிறது

வேர்களென்றால் கல்லோடும்
மண்ணோடும்
முட்டி மோதித் தான் பிழைக்க வேண்டுமென..

அம்மா கட்டிய புது வீட்டிற்கு
குடியேற மறுக்கின்றன
பழைய வீட்டின்
திண்ணையில் வைத்து
அம்மா ஊட்டிய சோறும்
வாசலில் அப்பா நெஞ்சில் படுத்து
கதை கேட்ட நாட்களுமான
நினைவுகள்

கண்ணைக் கட்டும் கண்ணாமூச்சி
காதுகள் திறந்திருப்பதை
சுட்டுகின்றன

பூங்கோதை கனகராஜன்

வெறுத்து வீணாய் வாழ்வினைத்
தொலைத்துக் கெட்ட
உலகத்தில்

இரக்கம் எனும்
மாயப்பிசாசினைத் துணைக்கழைத்து
பெண்ணெனில்
நின்றிடுமோ சாத்திரங்கள்..?

பொறுத்தது போதும்
நிறுத்தப்பட்ட நியாயங்களின் தராசுத்தட்டின்
நிலுவையின் அடியிலுள்ள புளியினை
எடுத்து விடுங்கள்

நீங்கள் நல்லவர்கள் தான்
நம்பி விட்டோம்
நாங்கள்

செயலியை விட்டு வெளியேறப் பின்னோக்கிய
பொத்தானை அழுத்துவது
போலிருந்தால்
நினைவுகள்
பலதடவை பின்னோக்கிச் சென்றிருக்கும்

இரண்டு முறைகள் தட்டி
ஒட்டுதலும் வெட்டுதலும்
காற்றாடியாக
சுழன்றிருக்கும்

அனைத்தையும் தேர்வு செய்யும் நாட்கள்
அத்தனை
உகந்ததாக இல்லை

பதிவுகளைப் பதம்
பிரித்து
பாதங்கள் தேய
பகீரதப் பிரயத்தனங்கள்

மெய்ப்புலங்களில்
அந்தரத்தில் ஓடும் கங்கையென
வீழுகின்ற நீர்ச்சிதறல்கள்
தெறிக்கின்றன
முகநூல் புலனங்களில்

அப்படியொன்றும் இல்லையென்று
கூறிப் போகவேண்டும்
கொஞ்சம் இருங்கள்

குப்புற விழுந்தும்
இல்லாத என் மீசையைத்
துடைத்து வருகிறேன்
மண் ஒட்டவில்லையென

ஆணியில் மாட்டிவைத்த
என் புன்னகையை எடுத்து வந்து
ஒட்ட வேண்டும்

இதழ்களின் குறுக்கே மருத்துவகுறியீட்ட
உலகம் குறுகியதல்ல
அதனால் சிரித்து வையுங்கள்

பெண்ணினமே பீழை நொடிக்க
பிடிக்காத எதையொன்றும் பாராதிருக்க
கண்ணிருந்தும் குருடாக வாழ
கற்றுக் கொடுத்திருக்கிறாள்
காந்தாரி

மேடைக்கச்சேரியில்
துண்டுச் சீட்டை நீட்டி
கேட்க விழையும்
பாடல் போலில்லை
வாழ்வு

காலத்தின் கண்ணாமூச்சி விளையாட்டில்
கண்கட்டிய துணியின் நிறத்தில் கனவுகளும்
நிறம் மாறுகின்றன

சாரம் ஏறும் கயிறாய்
கையில் வாள்
கொண்டு வாழ்நாள் முழுவதும் போராட
கால் கொண்டு நடைபழகிய
தள்ளுவண்டிகளின்
சக்கர வியூகத்தில்
முடிதுறந்த மன்னர்கள்
ஏராளம்

வாழ்வெனும்
பரமபதத்தில்
அவரவர் விதிப்படி தான்
பாம்பும் ஏணியும்

பள்ளியில் சாப்பிட்டு
முடித்துப் பள்ளி
தண்ணீர்த் தொட்டிக் குழாயில்
டிஃபன் பாக்ஸ் கழுவி
அதிலேயே தண்ணீர் பிடித்து
குடித்த நாட்களில் நாங்கள்
அறியவில்லை

எங்கள் குழந்தைகளுக்கு
தண்ணீர் பாட்டில்
பள்ளிக்குப் போக சாப்பாட்டு
பையில் எடுத்து வைக்க
வேண்டுமென

எங்கள் குழந்தைகளும்
இப்போது அறிந்திருக்க
போவதில்லை

நாளை அவர்கள்
குழந்தைகளுக்கு
முதுகில் புத்தகப் பை
சுமையோடு
ஆக்ஸிஜன் சிலிண்டர்
துணை போகுமென

எப்போதும் மகன்களுக்கு
அந்த ஆண்டுக்கான
சட்டை தைத்ததேயில்லை
அப்பாக்கள்

இரண்டு இஞ்ச் சேர்த்து
தைக்கச் சொல்லிப் பழக்கப்படுகின்றன
டெய்லரின் செவிகள்

முடிவெட்டுபவர்களுக்கு
மட்டுமே மாற்றுக் கட்டளையாக
ஒட்ட வெட்டக் கூறி
மொட்டையடித்து
திருப்தியாகிறார்கள்

பெண்ணுக்குத் தனி
நீதிதான்
எந்த நீதிமான்
சந்நிதியிலும்
இயற்பண்புகள் எந்த வேதியியல்
மாற்றத்திற்கும்
உட்படுவதில்லை

சிறகுகள்
வெட்டிய பின்னர்
கூடெதற்கு?

நானும் வருவேனென
அடம் பிடிக்கும்
தூங்கும்
குழந்தைக்குத் தெரியாமல்
வாகனம் எடுத்து
வெளியே செல்லும் அப்பா போல
சத்தமில்லாமல்
வந்து போயிருந்தது
அதிகாலை மழை.

கால் கயிறு அவிழ்த்த பின்னும்
ஆளமர உயர்ந்த பின்னும்
கட்டுக்குள் திரிகிறது
தன் பலமறியாது
காலிலின்னும் கட்டிருப்பதாக
நம்பும் யானை

கட்டுத் தறியில்
திமிறிய
காளையும் தும்பைத் தெறித்தபின்னும்
எங்கே போவதெனத்
தெரியாமல் தவிக்கிறது

எத்தனையோ பேரிருந்தும்
நடுவீதியில் நிற்கும் போக்கிடமறியா
முதியவர்களும் அப்படித்தான்

ஏழு கடல் தாண்டி ஏழுமலையேறி
கரும்பூதம் காத்து வந்த
தாமரைப்பூவிலிருந்த
மந்திரச் சாவியை
எடுத்து வந்து இளவரசியைக் காப்பாற்றிய
கதை சொல்லி முடிக்கையில்
குழந்தைக் கண்களில்
நுட்பமாகப் பூ செதுக்கிய சிற்பி
கை உளி ஒளிக்கூர்மை
பளபளக்கிறது

பொழியும் மழையில்
ஆற்றுப்படுக்கையில்
அசையும் கூழாங்கற்கள்

போர்வைக்குள்ளிருந்து கரம் நீட்டி
கல்லூரி அலுவலகம் விடுமுறையாவென
மழை விளித்த
சாளரத்தில்
சிதறுகின்றன
பறக்கும் பறவைகளின்
இறகிலிருந்து
நீர்த்துளிகள்

இதழ்களை ரசிக்குமா?
விரல்களை ரசிக்குமா?
கண்கள் மூடித் திறக்கும்
புல்லாங்குழல்

படைப்பு பதிப்பகம் வெளியீடுகள்

2022

1. பூக்காரியின் மந்திரக்கோல் – பூங்கோதை கனகராஜன்
2. முலையென்னும் தூரிகை – எஸ்தர் ராணி
3. ஈழத்து மண்ணும் எங்கள் முகங்களும் – வ.ஐ.ச.ஜெயபாலன்
4. குடைக்குள் கங்கா – மீ. மணிகண்டன்

2021

1. கனவுப்பிரதிமை – விஜி வெங்கட்
2. பேச்சியம்மாளின் சோளக்காட்டு பொம்மை – கா.சோ.திருமாவளவன்
3. இசைக்கும் வயலினுக்கு குருதியின் நிறம் – வலங்கைமான் நூர்தீன்
4. நிழலின் வெளிச்சம் – கடையநல்லூர் பென்ஸி
5. WATER AND VIRTUAL WATER - G.Leela
6. சிவனாண்டி – ப.தனஞ்ஜெயன்
7. சாம்பல் மேட்டில் அமரும் வண்ணத்துப்பூச்சி – ஆரூர் தமிழ்நாடன்
8. செம்மண் – சிபி சரவணன்
9. ஊதா நிறக் கொண்டை ஊசி கதைகள் – கவிஜி
10. கானங்களின் மென்சிறை – ந.சிவநேசன்
11. பெருந்துணைத் தேறல் – கருவை ந.ஸ்டாலின்
12. ஒளி பூத்த குடில் – தஞ்சை விஜய்
13. பியானோவின் நறும்புகை – நிலாகண்ணன்
14. பிணக்காட்டு மரங்கள் – கோபிநாதன் பச்சையப்பன்
15. கண்மணி ராஜாமுகமது கவிதைகள் – கண்மணி ராஜாமுகமது
16. குருவிக்காக ஆடும் இலைகள் – கோபிநாதன் பச்சையப்பன்
17. நட்சத்திர பிச்சைக்காரன் – ஜெ.பிரான்சிஸ் கிருபா
18. ரகசியங்களின் புகைப்படம் – மா.காளிதாஸ்
19. காகிதத்தின் மூன்றாம் பக்கம் – மதுசூதன்
20. பாஷோ என் பக்கத்து வீட்டுக்காரர் – பிருந்தா சாரதி

படைப்பு பதிப்பகம் வெளியீடுகள்

2021

21. விண்ணைச் சூடியாடும் இரு நீல வளையங்கள் - கார்த்திக் திலகன்
22. நீர்த் திமில்களில் மினுங்கும் வலி - யூமா வாசுகி
23. விழியல்ல விபத்துப்பகுதி - கோபிநாதன் பச்சையப்பன்
24. இயற்கையின் தீர்க்கதரிசிகள் - வில்லியம்ஸ்
25. அப்பத்தாவும் ஆண்ட்ராய்டு போனும் - அ.முத்துவிஜயன்
26. கருவறை சுவர்கள் - ப.தனஞ்செயன்
27. கடவுளின் பிரார்த்தனை - ப.தனஞ்செயன்
28. நிசப்தம் விழுங்கும் காடுகள் - ப.தனஞ்செயன்
29. அம்மாவின் அடுக்களைப் பல்லி - சத்யா மருதாணி
30. புதிய மாமிசம் - சந்துரு.ஆர்.சி
31. வரையாட்டின் குளம்படிகள் - கோ.லீலா
32. படித்துறை பித்தன் - துளசி வேந்தன்
33. நினைவும் புனைவும் - யாழினி ஆறுமுகம்
34. உயிர் நன்று சாதல் இனிது - கரிகாலன்
35. அகத்தொற்று - கரிகாலன்
36. திரையும் வாழ்வும் - கரிகாலன்
37. தெய்வத்தின்ட திர - கரிகாலன்

2020

1. இடரினும் தளரினும் - விக்ரமாதித்யன்
2. கன்னத்துப்பூச்சி - மணி சண்முகம்
3. நிறமி - ஆண்டன் பெனி
4. யமுனா என்றொரு வனம் - ஆண்டன் பெனி
5. காலநதி - ஆரூர் தமிழ்நாடன்
6. என்மனார் புலவர் - கரிகாலன்
7. தேநீரைக் கைதொழுதல் - மணி சண்முகம்
8. பெருஞ்சொல்லின் குடல் - மா.காளிதாஸ்
9. கவிதை அனுபவம் - இந்திரன் | வ.ஐ.ச.ஜெயபாலன்
10. புத்தனின் கடைசி முத்தம் - லக்ஷ்மி
11. நீந்தத் தெரியாத அய்யனார் குதிரை - வீ கதிரவன்
12. நோம் என் நெஞ்சே - கரிகாலன்
13. உதிர் நிழல் - கி.கவியரசன்
14. தனிமை நாட்கள் - பிரபுசங்கர் க
15. சிப்ஸ் உதிர் காலம் - கவிஜி

	படைப்பு பதிப்பகம் வெளியீடுகள்
2020	16. மணிப்பயல் கவிதைகள் - மணி அமரன் 17. கார்முகி - கோபி சேகுவேரா 18. சைகைக் கூத்தன் - முகமது பாட்சா 19. பொய்மசியின் மிச்சம் - மதுசூதன் 20. ஆ காட்டு - மு.முபாரக் 21. முழு இரவின் கடைசித் துளி - ப.தனஞ்ஜெயன் 22. புத்தன் மீன் வளர்க்க ஆசைப்படுகிறான் - வழிப்போக்கன் 23. யாயும் ஞாயும் - ஜே.ஜே.அனிட்டா 24. THE LIBERATION SONG OF A WOMENS BODY - Dr.NaliniDevi 25. கெணத்து வெயிலு - காதலாரா 26. காலாதீதத்தின் சுழல் - ரத்னா வெங்கட் 27. பெண் பறவைகளின் மரம் - மதுரா (தேன்மொழி ராஜகோபால்) 28. நட்ட கல்லும் பேசுமோ - பிரேமபிரபா 29. நீ துளையிட்ட எனது புல்லாங்குழல் - ஜின்னா அஸ்மி 30. நான் உன்னுடைய துறவி - தி.கலையரசி 31. பழுத்த இலையின் அடுத்த நொடி - குமார் சேகரன் 32. நீளிடைக் கங்குல் - ராஜி வாஞ்சி 33. மைனாவை பேசச்சொல்லிக் கேட்பவர்கள் - ஜின்னா அஸ்மி (படைப்பு மின்னிதழ்களில் வந்த கவிதைகளின் தொகுப்பு) 34. 64 கட்டங்களில் தனித்திருக்கும் ராணி - ஷெண்பா 35. பச்சையம் என்பது பச்சை ரத்தம் - பிருந்தா சாரதி 36. ஏவாளின் பற்கள் - காயத்ரி ராஜசேகர் 37. உன் கிளையில் என் கூடு - கனகா பாலன் 38. கீரக்காரம்மா - முத்து விஜயன் 39. அக்கை - அழ ரஜினிகாந்தன் 40. அம்மே - சலீம் கான் (சகா) 41. ஹைக்கூ தூண்டிலில் ஜென் - கோ.லீலா 42. வாவ் சிக்னல் - ராம்பிரசாத் 43. புரவிக் காதலன் - 14 எழுத்தாளர்கள் 44. குடையற்றவனின் மழை - கா.அமீர்ஜான் 45. நெடுநல் இரவு - மௌனன் யாத்ரிகா

படைப்பு பதிப்பகம் வெளியீடுகள்

2019

1. நம் காலத்துக் கவிதை - விக்ரமாதித்யன்
2. ஆரிகாமி வனம் - முகமது பாட்சா
3. எறும்பு முட்டுது யானை சாயுது - கவிஜி
4. சொல் எனும் வெண்புறா - மதுரா (தேன்மொழி ராஜகோபால்)
5. யாவுமே உன் சாயல் - காயத்ரி ராஜசேகர்
6. நீர்ப்பறவையின் எதிரலைகள் - குமரேசன் கிருஷ்ணன்
7. பொலம்படை கலிமா - ஜோசப் ஜூலியஸ்
8. நீ பிடித்த திமிர் - அகதா
9. இசைதலின் திறவு - ஜானு இந்து
10. மறை நீர் - கோ. லீலா
11. தேநீர் கடைக்காரரின் திரவ ஓவியம் - பிரபு சங்கர். க
12. எரியும் மூங்கில் இசைக்கும் நெருப்பு - நடன. சந்திரமோகன்
13. வேர்த்திரள் - சலீம் கான் (சகா)
    (பரிசுப்போட்டிக்கு வந்த கவிதைகளின் தொகுப்பு)
14. வான்காவின் சுவர் - ஜின்னா அஸ்மி
    (படைப்பு மின்னிதழ்களில் வந்த கவிதைகளின் தொகுப்பு)
15. இருளும் ஒளியும் - பிருந்தா சாரதி

2018

1. நீர் வீதி - ஜின்னா அஸ்மி
   (படைப்பு மின்னிதழ்களில் வந்த கவிதைகளின் தொகுப்பு)
2. பாதங்களால் நிறையும் வீடு - ஜின்னா அஸ்மி
   (பரிசுப்போட்டிக்கு வந்த கவிதைகளின் தொகுப்பு)
3. உயிர்த்திசை - சலீம் கான் (சகா)
   (பரிசுப்போட்டிக்கு வந்த கவிதைகளின் தொகுப்பு)
4. வெட்கச் சலனம் - அகராதி
5. சிண்ட்ரெல்லாவின் தூரிகை - குறிஞ்சி நாடன்
6. அசோகவனம் செல்லும் கடைசி ரயில் - அகதா
7. என் தெருவில் வெஸ்ட் மினிஸ்டர் பாலம் - கோ. ஸ்ரீதரன்
8. அஞ்சல மவன் - கட்டாரி
9. கடவுள் மறந்த கடவுச்சொல் - ஜின்னா அஸ்மி
10. கை நழுவும் கண்ணாடிக் குடுவை - கவி விஜய்

2017

1. மௌனம் திறக்கும் கதவு - ஜின்னா அஸ்மி
   (படைப்பு மின்னிதழ்களில் வந்த கவிதைகளின் தொகுப்பு)
2. நதிக்கரை ஞாபகங்கள் - ஜின்னா அஸ்மி
   (பரிசுப்போட்டிக்கு வந்த கவிதைகளின் தொகுப்பு)
3. உடையாத நீர்க்குமிழி - ஜின்னா அஸ்மி
   (பரிசுப்போட்டிக்கு வந்த கவிதைகளின் தொகுப்பு)
4. இந்தப் பூமிக்கு வானம் வேறு - ஆண்டன் பெனி
5. நிலவு சிதறாத வெளி - காடன் (சுஜய் ரகு)
6. இலைக்கு உதிரும் நிலம் - முருகன். சுந்தரபாண்டியன்
7. நிசப்தங்களின் நாட்குறிப்பு - குமரேசன் கிருஷ்ணன்
8. நினைவிலிருந்து எரியும் மெழுகு - ஆனந்தி ராமகிருஷ்ணன்